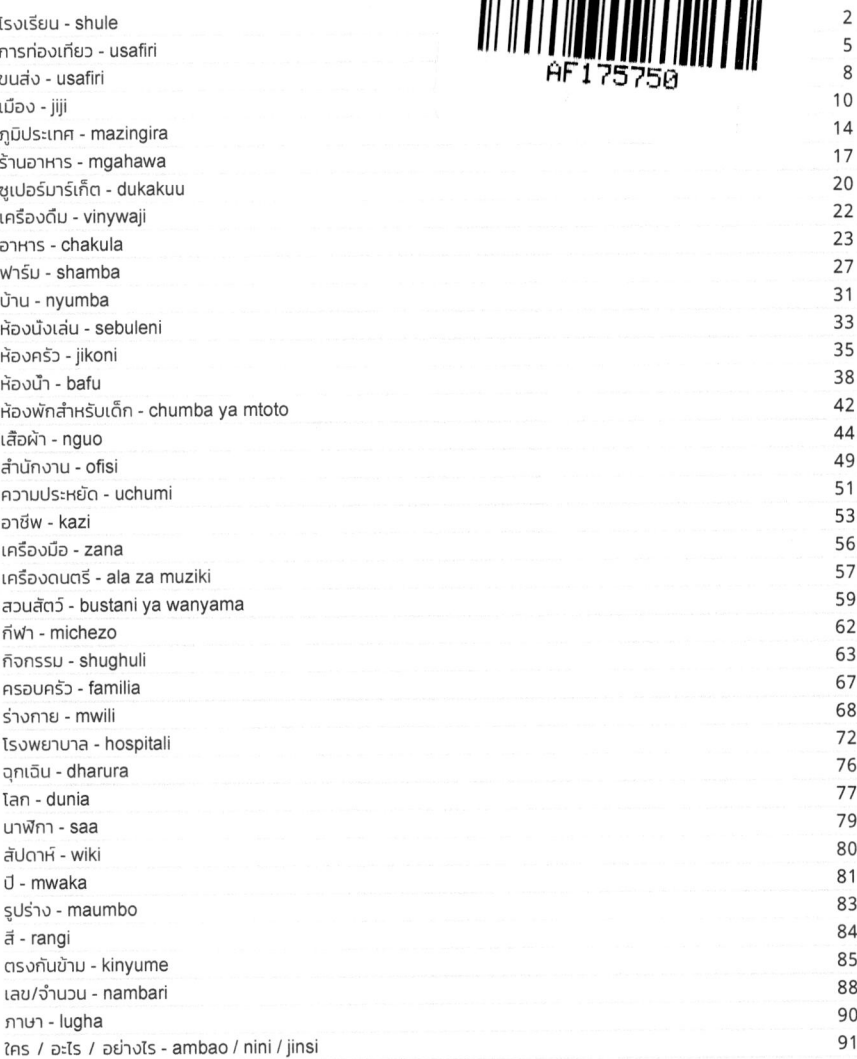

Impressum
Verlag: BABADADA GmbH, Nedderfeld 112 , 22529 Hamburg
Geschäftsführer / Verlagsleitung: Harald Hof
Druck: Books on Demand GmbH, In de Tarpen 42, 22848 Norderstedt

Imprint
Publisher: BABADADA GmbH, Nedderfeld 112 , 22529 Hamburg, Germany
Managing Director / Publishing direction: Harald Hof
Print: Books on Demand GmbH, In de Tarpen 42, 22848 Norderstedt

โรงเรียน

shule

ห้องเรียน
sajili
หาร
kugawanya
186/2
กระดาน
ubao
สนามโรงเรียน
ครู
mwalimu
กระดาษ
karatasi
เขียน
kuandika
ปากกา
kalamu
โต๊ะทำงาน
dawati
ไม้บรรทัด
rula
หนังสือ
kitabu
นักเรียน
mwanafunzi

กระเป๋าหนังสือ

mkoba

กล่องดินสอ

kikasha cha penseli

ดินสอ

penseli

กบเหลาดินสอ

kichonga penseli

ยางลบ

mpira

สมุดวาดภาพ

pedi ya kuchora

ภาพวาด

uchoraji

พู่กัน

brashi ya rangi

กล่องสี

sanduku la rangi

กรรไกร

mkasi

กาว

gundi

สมุดแบบฝึกหัด

daftari

การบ้าน

kazi ya nyumbani

12

ตัวเลข

nambari

2+2

บวก

jumlisha

5-2

ลบ

ondoa

2×2

คูณ

zidisha

คำนวณ

kokotoa

A

ตัวอักษร

barua

ABCDEFG
HIJKLMN
OPQRSTU
VWXYZ

อักษรพยัญชนะ

alfabeti

คำ

neno

ข้อความ
maandishi

อ่าน
kusoma

ชอล์ก
chaki

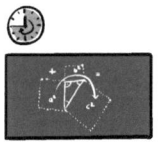

บทเรียน
somo

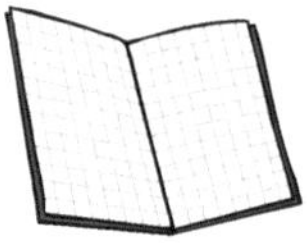

ลงทะเบียน
sajili

การสอบ
uchunguzi

ใบรับรอง
cheti

ชุดนักเรียน
sare za shule

การศึกษา
elimu

สารานุกรม
elezo

มหาวิทยาลัย
chuo kikuu

กล้องจุลทรรศน์
darubini

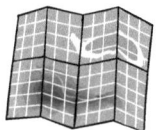

แผนที่
ramani

ตะกร้าใส่เศษกระดาษที่ไม่ใช้แล้ว

kikapu cha kuweka karatasi
chafu

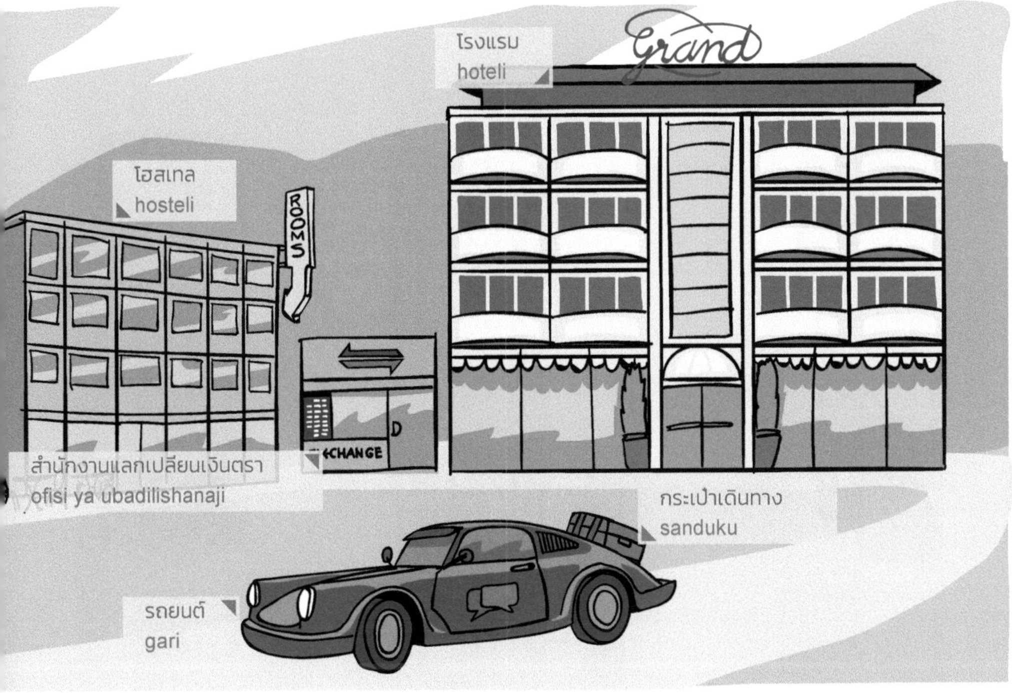

โรงแรม
hoteli
Grand
โฮสเทล
hosteli
ROOMS
สำนักงานแลกเปลี่ยนเงินตรา
ofisi ya ubadilishanaji
EXCHANGE
กระเป๋าเดินทาง
sanduku
รถยนต์
gari

ภาษา

lugha

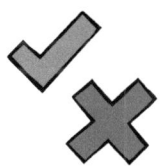

ใช่/ไม่ใช่

ndiyo / la

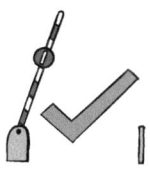

ตกลง

sawa

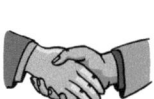

สวัสดี

hujambo

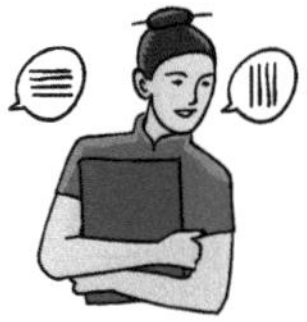

นักแปล

mtafsiri

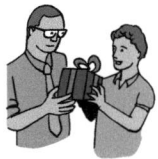

ขอบคุณ

Asante

ราคาเท่าไหร่...?

kiasi gani ni ...?

ฉันไม่เข้าใจ

Sielewi

ปัญหา

tatizo

สวัสดีตอนเย็น

Jioni njema!

สวัสดีตอนเช้า

Habari za asubuhi!

ราตรีสวัสดิ์

Usiku mwema!

แล้วพบกันใหม่

kwa heri

ทิศทาง

mwelekeo

กระเป๋าเดินทาง

mizigo

กระเป๋า

mfuko

กระเป๋าสะพายหลัง

shanta

แขก

mgeni

ห้อง

chumba

ถุงนอน

begi la kulalia

เต้นท์

hema

ข้อมูลนักท่องเที่ยว

taarifa ya utalii

ชายหาด

ufuo

บัตรเครดิต

kadi

มื้อเช้า

kifunguakinywa

มื้อกลางวัน

chakula cha mchana

มื้อเย็น

chakula cha jioni

ตั๋ว

tiketi

ลิฟต์

kuinua

แสตมป์

muhuri

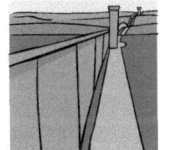

พรมแดน

mpaka

ภาษีศุลกากร

mila

สถานทูต

ubalozi

วีซ่า

visa

พาสปอร์ต

pasipoti

ขนส่ง

usafiri

ndege
เรือใหญ่
meli
รถดับเพลิง
injini ya moto
รถโดยสารปร
basi
รถบรรทุก
lori
เรือยนต์
motaboti
จักรยาน/จักรยานยนต์
baiskeli
รถยนต์
gari

เรือข้ามฟาก

feri

เรือ

mashua

รถจักรยานยนต์

pikipiki

รถตำรวจ

gari la polisi

รถแข่ง

gari la mashindano

รถเช่า

gari la kukodisha

การแบ่งกันใช้รถยนต์

kushiriki gari

รถลาก

lori la kuvuta

รถขยะ

ukusanyaji taka

เครื่องยนต์

motor

เชื้อเพลิง

mafuta

ปั๊มน้ำมัน

kituo cha mafuta

เครื่องหมายจราจร

ishara trafiki

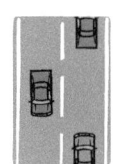

การจราจร

trafiki

การจราจรติดขัด

msongamano

ที่จอดรถ

maegesho

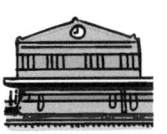

สถานีรถไฟ

kituo cha treni

รางรถไฟ

reli

รถไฟ

garimoshi

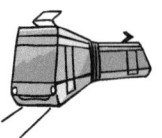

รถราง

tremu

ตู้รถไฟ

gari la mizigo

เฮลิคอปเตอร์
helikopta

สนามบิน
uwanja wa ndege

หอคอย
mnara

ผู้โดยสาร
abiria

ตู้บรรจุสินค้า
chombo

กล่องกระดาษ
katoni

รถเข็น/รถลาก
mkokoteni

ตะกร้า
kikapu

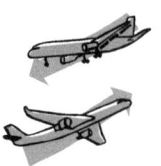

บินขึ้น/ ลงจอด
ondoka

เมือง
jiji

หมู่บ้าน
kijiji

ใจกลางเมือง
katikati ya jiji

บ้าน
nyumba

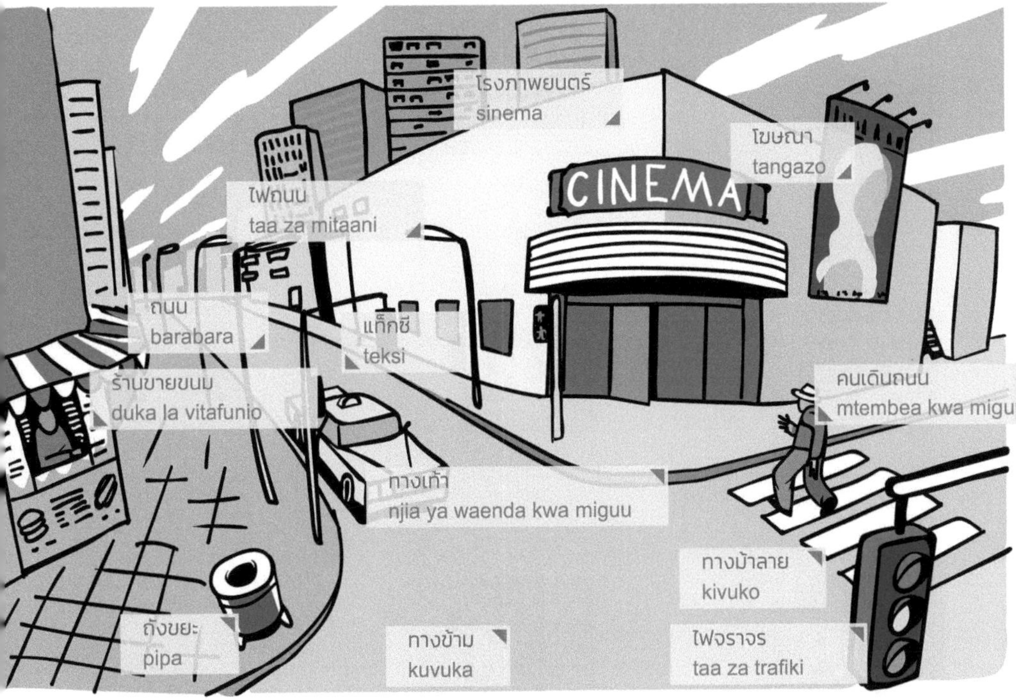

CINEMA
โรงภาพยนตร์
sinema
โฆษณา
tangazo
ไฟถนน
taa za mitaani
ถนน
barabara
แท็กซี่
teksi
ร้านขายขนม
duka la vitafunio
คนเดินถนน
mtembea kwa migu
ทางเท้า
njia ya waenda kwa miguu
ทางม้าลาย
kivuko
ถังขยะ
pipa
ทางข้าม
kuvuka
ไฟจราจร
taa za trafiki

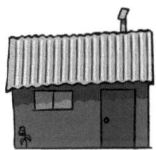

กระท่อม

kibanda

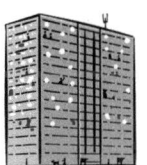

แฟลต

gorofa

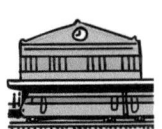

สถานีรถไฟ

kituo cha treni

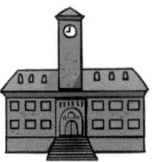

ศาลากลางจังหวัด

ukumbi wa mji

MUSEUM

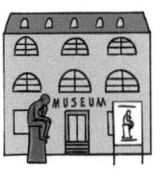

พิพิธภัณฑ์

Makavazi

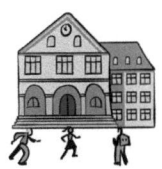

โรงเรียน

shule

มหาวิทยาลัย

chuo kikuu

ธนาคาร

benki

โรงพยาบาล

hospitali

โรงแรม

hoteli

ร้านขายยา

duka la dawa

สำนักงาน

ofisi

ร้านขายหนังสือ

duka la kitabu

ร้านค้า

duka

ร้านขายดอกไม้

duka la maua

ซูเปอร์มาร์เก็ต

dukakuu

ตลาด

soko

ห้างสรรพสินค้า

idara ya kuhifadhi

ร้านขายปลา

mwuza samaki

ศูนย์การค้า

kituo cha ununuzi

ท่าเรือ

bandari

สวนสาธารณะ
Hifadhi

ม้านั่ง
benki

สะพาน
daraja

บันได
vidato

รถไฟใต้ดิน
chini ya ardhi

อุโมงค์
handaki

ป้ายรถเมล์
kituo cha mabasi

บาร์
bar

ร้านอาหาร
mgahawa

ตู้ไปรษณีย์
sanduku la posta

ป้ายชื่อถนน
ishara ya barabara

มิเตอร์เก็บค่าจอดรถ
mita ya maegesho

สวนสัตว์
bustani ya wanyama

สระว่ายน้ำ
kidimbwi cha kuogelea

สุเหร่า/มัสยิด
msikiti

ฟาร์ม

shamba

มลพิษ

uchafuzi

สุสาน

makaburini

โบสถ์

kanisa

สนามเด็กเล่น

uwanja wa michezo

วัด

hekalu

ภูมิประเทศ

mazingira

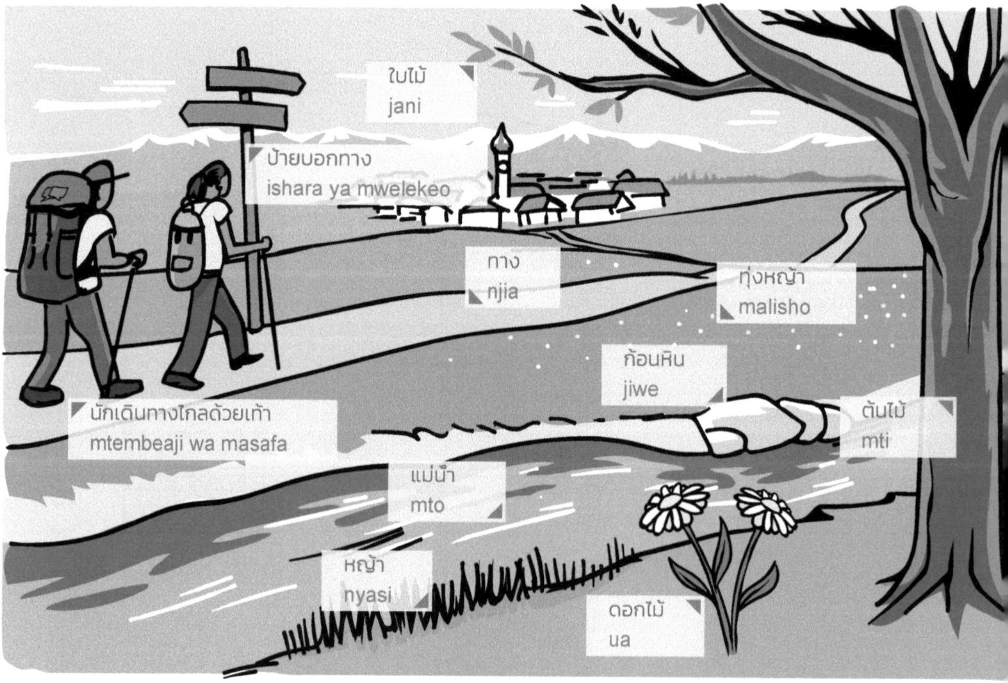

ใบไม้
jani
ป้ายบอกทาง
ishara ya mwelekeo
ทาง
njia
ทุ่งหญ้า
malisho
ก้อนหิน
jiwe
นักเดินทางไกลด้วยเท้า
mtembeaji wa masafa
ต้นไม้
mti
แม่น้ำ
mto
หญ้า
nyasi
ดอกไม้
ua

หุบเขา
bonde

เนินเขา
kilima

ทะเลสาบ
ziwa

ป่า
msitu

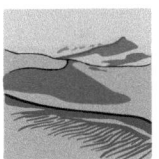

ทะเลทราย
jangwa

ภูเขาไฟ
volkano

คฤหาสน์
ngome

รุ้งกินน้ำ
upinde wa mvua

เห็ด
uyoga

ต้นปาล์ม
mtende

ยุง
mbu

แมลงวัน
kuruka

มด
chungu

ผึ้ง
nyuki

แมงมุม
buibui

แมลงปีกแข็ง

mende

กบ

chura

กระรอก

kuchakuro

เม่น

nungunungu

กระต่ายป่า

sungura

นกฮูก

bundi

นก

ndege

หงส์

swan

หมูป่าตัวผู้

nguruwe mwitu

กวาง

kulungu

กวางมูส

aina ya kongoni

เขื่อน

bwawa

กังหันลม

tabo ya upepo

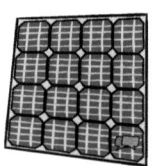

แผงโซล่าเซลล์

nishaji ya jua

สภาพอากาศ

hali ya hewa

ร้านอาหาร

mgahawa

บริกรชาย
mhudumu
รายการอาหาร
menyu
เก้าอี้
kiti
ซุป
supu
พิซซ่า
piza
ผ้าปูโต๊ะ
kitambaa cha mezani
เครื่องใช้บนโต๊ะอาหาร
vilia

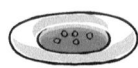

อาหารเรียกน้ำย่อย
....
kiamsha hamu

อาหารจานหลัก
....
kozi kuu

ของหวาน
....
kitindamlo

เครื่องดื่ม
....
vinywaji

อาหาร
....
chakula

ขวด
....
chupa

อาหารจานด่วน

chakula cha haraka

ร้านข้างถนน

Streetfood

กาน้ำชา

buli

โถใส่น้ำตาล

kisanduku cha sukari

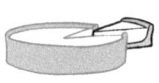

ส่วนแบ่งอาหารสำหรับหนึ่งคน

sehemu

เครื่องชงกาแฟเอสเปรสโซ่

mashine ya espresso

เก้าอี้สูง

kiti kirefu

ใบเสร็จ

muswada

ถาด

trei

มีด

kisu

ส้อม

uma

ช้อน

kijiko

ช้อนชา

kijiko cha chai

ผ้าเช็ดปากบนโต๊ะอาหาร

nepi

แก้วน้ำ

glasi

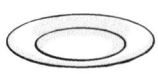

จาน

sahani

จานซุป

sahani ya supu

จานรอง

sufuria

ซอส

mchuzi

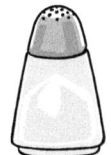

กระปุกเกลือ

kichanyaji chumvi

กระปุกบดพริกไทย

kinu cha pilipili

น้ำส้มสายชู

siki

น้ำมันที่ใช้ปรุงอาหาร

mafuta

เครื่องเทศ

viungo

ซอสมะเขือเทศ

kechapu

มัสตาร์ด

haradali

มายองเนส

kachumbari nzito

ซูเปอร์มาร์เก็ต

dukakuu

ข้อเสนอพิเศษ
ofa maalum
ลูกค้า
mteja
ผลิตภัณฑ์ที่ทำจากนม
maziwa
ผลไม้
matunda
รถเข็น
toroli

ร้านขายเนื้อ

mchinjaji

ร้านขายขนมปัง

mwokaji

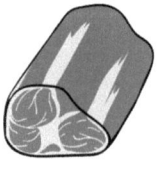

ชั่งน้ำหนัก

uzito

ผัก

mboga

เนื้อ

nyama

อาหารแช่แข็ง

chakula waliohifadhiwa

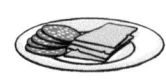

อาหารเนื้อตัดเย็น
pande vya nyama baridi

อาหารกระป๋อง
chakula cha kopo

ผงซักฟอก
sabuni ya unga

ขนมหวาน/ลูกกวาด
pipi

ผลิตภัณฑ์ในครัวเรือน
bidhaa za kaya

ผลิตภัณฑ์ทำความสะอาด
bidhaa za kusafisha

พนักงานขายหญิง
mtu mauzo

เครื่องคิดเงิน
mpaka

พนักงานจ่ายเงิน
keshia

รายการซื้อของ
orodha ya manunuzi

เวลาเปิดทำการ
masaa ya ufunguzi

กระเป๋าสตางค์
mkoba

บัตรเครดิต
kadi

กระเป๋า
mfuko

ถุงพลาสติก
mfuko wa plastiki

เครื่องดื่ม

vinywaji

น้ำเปล่า

maji

น้ำผลไม้

sharubati

นม

maziwa

โค้ก

coke

ไวน์

mvinyo

เบียร์

bia

แอลกอฮอล์

pombe

โกโก้

kakao

ชา

chai

กาแฟ

kahawa

เอสเปรสโซ่

spreso

คาปูชิโน่

kapuchino

อาหาร
chakula

กล้วย

ndizi

แอปเปิ้ล

tufaha

ส้ม

machungwa

เมลอน

tikiti

มะนาว

lemon

แครอท

karoti

กระเทียม

kitunguu saumu

ต้นไผ่

mianzi

หัวหอม

kitunguu

เห็ด

uyoga

ถั่ว

karanga

ก๋วยเตี๋ยว

nudo

สปาเก็ตตี

spageti

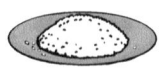

ข้าว

mpunga

สลัด

saladi

มันฝรั่งทอด

vibanzi

มันฝรั่งทอด

viazi vya kukaanga

พิซซ่า

piza

แฮมเบอร์เกอร์

hambaga

แซนด์วิช

sandwichi

ชิ้นเนื้อไร้กระดูก

kipande

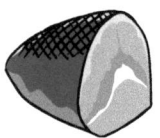

แฮม

paja la mnyama

ไส้กรอกแห้งซาลามิ

salami

ไส้กรอก

soseji

ไก่

kuku

ย่าง/ปิ้ง

choma

ปลา

samaki

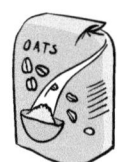

โจ๊กข้าวโอ๊ต

oats ya uji

ธัญพืชอบกรอบ

muesli

คอร์นเฟล็ค

cornflakes

แป้งทำอาหาร

unga

ครัวซองค์

kroisanti

ขนมปังสโคน

andazi

ขนมปัง

mkate

ขนมปังปิ้ง

mkate wa kubanika

บิสกิต

biskuti

เนย

siagi

นมข้น

maziwa mgando

เค้ก

keki

ไข่

yai

ไข่ดาว

yai kukaanga

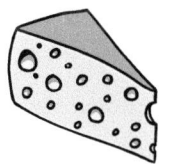

ชีส

jibini

ไอศกรีม

aiskrimu

น้ำตาล

sukari

น้ำผึ้ง

asali

แยม

jemu

ช็อกโกแลตครีมสเปรด

kuenea kwa chokoleti

แกงกะหรี่

mchuzi wa viungo

ฟาร์ม
shamba

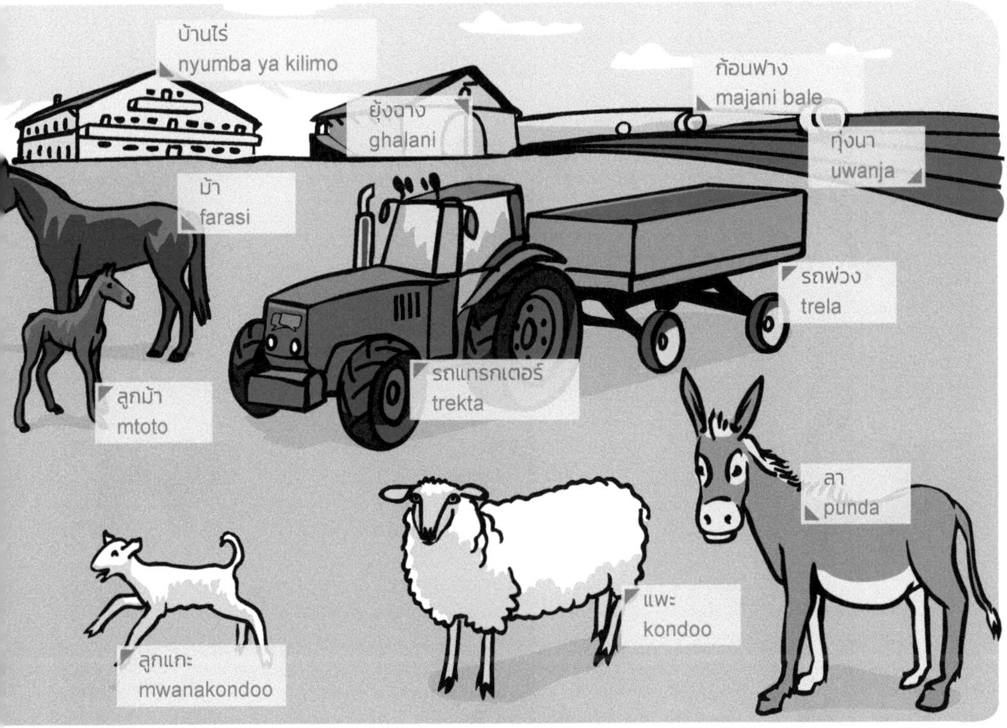

บ้านไร่
nyumba ya kilimo
ยุ้งฉาง
ghalani
ก้อนฟาง
majani bale
ทุ่งนา
uwanja
ม้า
farasi
รถพ่วง
trela
ลูกม้า
mtoto
รถแทรกเตอร์
trekta
ลา
punda
แพะ
kondoo
ลูกแกะ
mwanakondoo

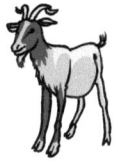

แพะ
mbuzi

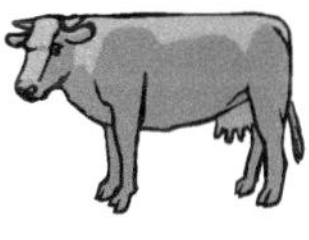

วัวตัวเมีย
ng'ombe

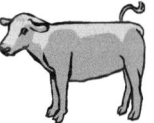

ลูกวัว
ndama

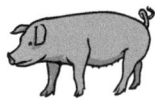

หมู
nguruwe

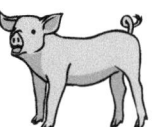

ลูกหมู
mwananguruwe

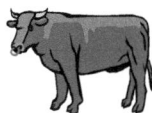

วัวตัวผู้
fahali

ห่าน

batabukini

เป็ด

bata

ลูกไก่

kifaranga

แม่ไก่

kuku

ไก่ตัวผู้

jogoo

หนู

panya

แมว

paka

หนู

panya

วัวตัวผู้สำหรับใช้แรงงานในฟาร์ม

ng'ombe

สุนัข

mbwa

บ้านสุนัข

nyumba ya mbwa

สายยางที่ใช้ในสวน

bomba la bustani

บัวรดน้ำต้นไม้

debe la kumwagilia maji

เคียวด้ามยาว

fyekeo

คันไถ

kulima

เคียว
mundu

จอบ
jembe

คราด
uma wa nyasi

ค้อน
shoka

รถเข็นล้อเดียว
toroli

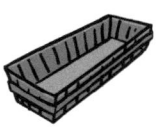

รางน้ำ
kupitia nyimbo

ถังใส่นม
chombo cha maziwa

กระสอบ
gunia

รั้ว
ua

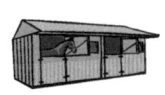

คอกม้า
imara

เรือนกระจก
chafu

ดิน
udongo

เมล็ดพืช
mbegu

ปุ๋ย
mbolea

เครื่องเกี่ยวนวดข้าว
kivunaji

เก็บเกี่ยว

mavuno

การเก็บเกี่ยว

mavuno

มันเทศ

viazi vikuu

ข้าวสาลี

ngano

ถั่วเหลือง

soya

มันฝรั่ง

viazi

ข้าวโพด

mahindi

ดอกเรพซีด

rapa

ต้นไม้ที่ออกผล

mti wa matunda

มันสำปะหลัง

muhogo

ธัญพืช

nafaka

บ้าน

nyumba

ปล่องไฟ
chimni
หลังคา
paa
รางน้ำฝน
bomba la maji ya mvua
หน้าต่าง
dirisha
โรงรถ
gareji
กริ่งหน้าประตู
kengele ya mlangoni
ประตู
mlango
ถังขยะ
pipa la taka
กล่องจดหมาย
sanduku la barua
สวน
bustani

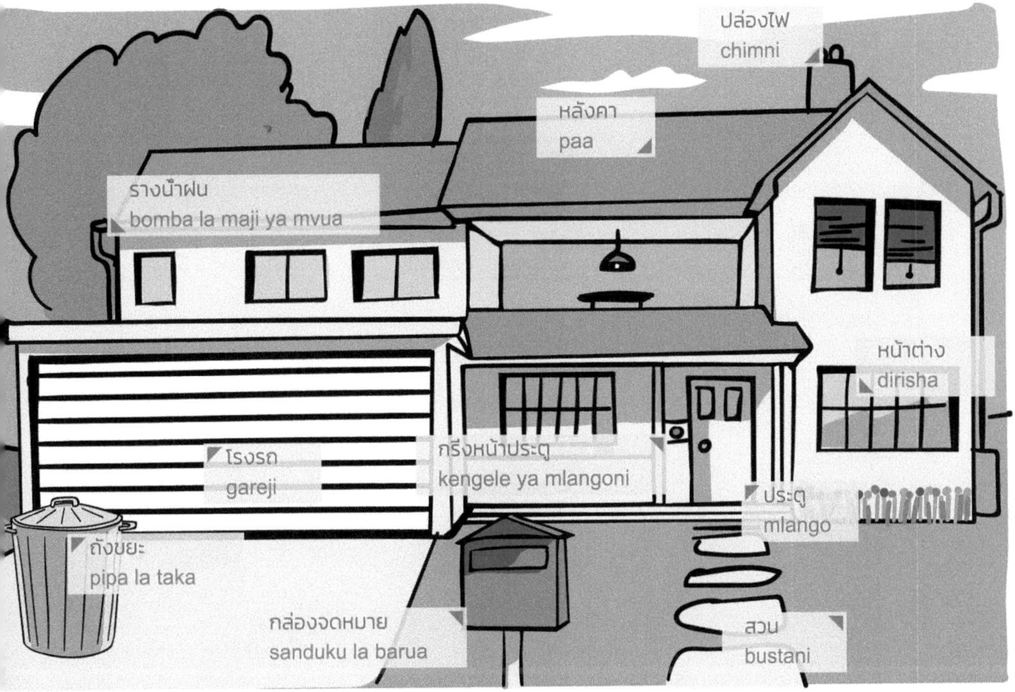

ห้องนั่งเล่น

sebuleni

ห้องน้ำ

bafu

ห้องครัว

jikoni

ห้องนอน

chumba cha kulala

ห้องพักสำหรับเด็ก

chumba ya mtoto

ห้องอาหาร

chumba cha kulia

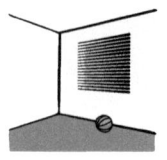

พื้น

sakafu

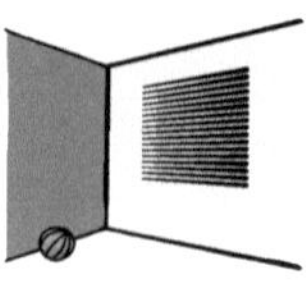

ผนัง

ukuta

เพดาน

dari

ห้องเก็บของใต้ดิน

pishi

ซาวน่า

sauna

ระเบียง

roshani

ลานตะพักลำน้ำ

mtaro

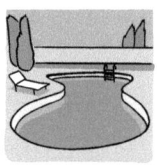

สระว่ายน้ำ

kidimbwi

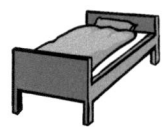

เครื่องตัดหญ้า

mashine ya kukata nyasi

ผ้าปูที่นอน

karatasi

ผ้าคลุมเตียง

kitambaa cha kupamba kitanda

เตียง

kitanda

ไม้กวาด

ufagio

ถังน้ำ

ndoo

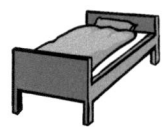

สวิตช์

kubadili

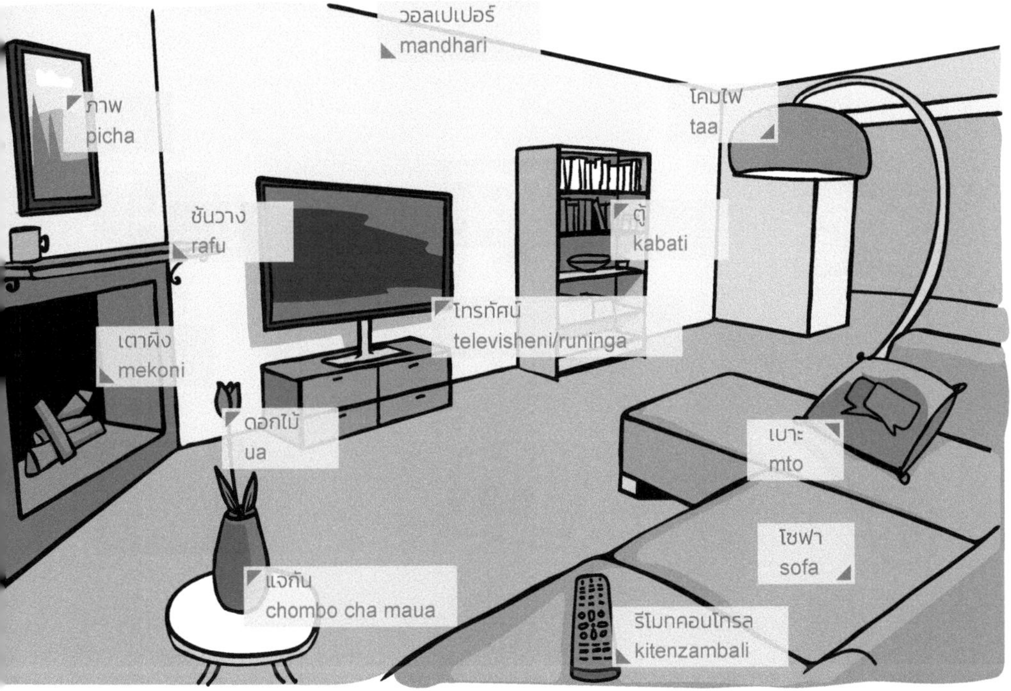

วอลเปเปอร์
mandhari

ภาพ
picha

โคมไฟ
taa

ชั้นวาง
rafu

ตู้
kabati

เตาผิง
mekoni

โทรทัศน์
televisheni/runinga

ดอกไม้
ua

เบาะ
mto

โซฟา
sofa

แจกัน
chombo cha maua

รีโมทคอนโทรล
kitenzambali

พรมเช็ดเท้า
zulia

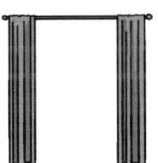

ผ้าม่าน
pazia

โต๊ะ
meza

เก้าอี้
kiti

เก้าอี้โยก
kiti cha bembea

เก้าอี้ที่มีที่วางแขน
armchair

หนังสือ
kitabu

ผ้าห่ม
blanketi

ของตกแต่ง
mapambo

ฟืน
kuni

ภาพยนตร์
filamu

เครื่องเสียงระบบไฮไฟ
kifaa cha hi-fi

กุญแจ
ufunguo

หนังสือพิมพ์
gazeti

จิตรกรรม
uchoraji

โปสเตอร์
bango

วิทยุ
redio

สมุด
daftari

เครื่องดูดฝุ่น
kifyonza

ตะบองเพชร
dungusi kakati

เทียนไข
mshumaa

ห้องครัว
jikoni

ตู้เย็น
jokofu
ไมโครเวฟ
kikanza
เครื่องชั่งน้ำหนักอาหาร
wadogo jikoni
เครื่องปิ้งขนมปัง
kibaniko
ผงซักฟอก
sabuni
เตาอบ
stovu
ช่องแข็งในตู้เย็น
friza
ถังขยะ
pipa la taka
เครื่องล้างจาน
mashine ya kuoshea vyombo

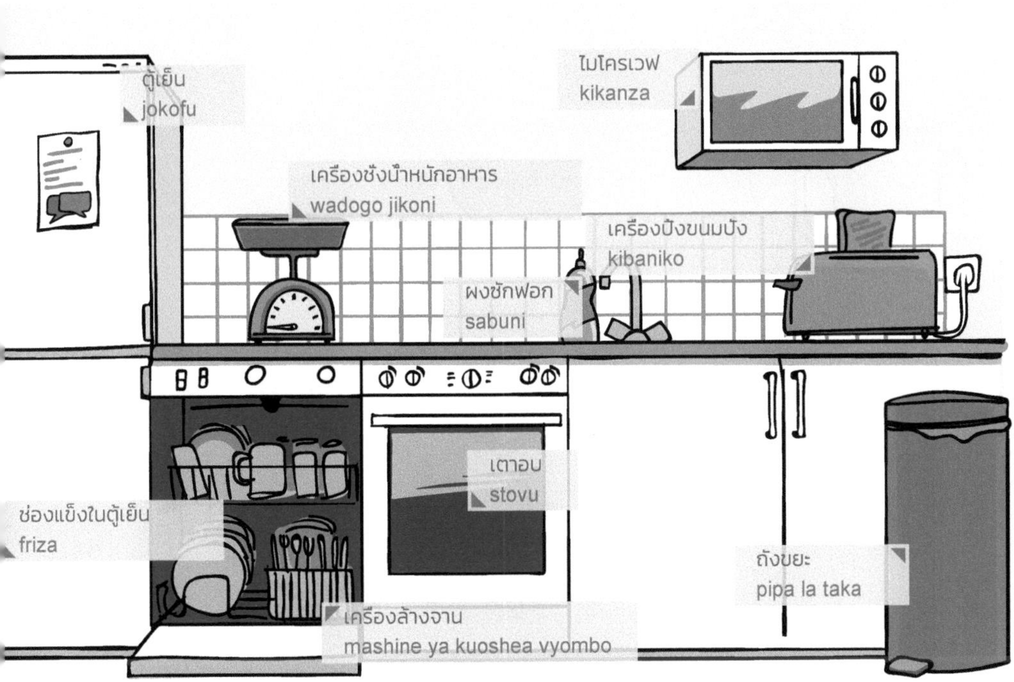

เตาปรุงอาหาร
....
jiko la kupika

หม้อ
....
chungu

หม้อเหล็กหล่อ
....
sufuria ya chuma

กระทะจีน
....
wok / kadai

กระทะ
....
kaango

กาต้มน้ำ
....
birika

หม้อไอน้ำ
stima

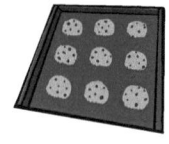

ถาดอบ
sinia ya kuoka

เครื่องถ้วยชาม
vyombo vya udongo

เหยือก
kombe

ชาม
bakuli

ตะเกียบ
vijiti vya kulia

ทัพพีด้ามยาว
ukawa

ตะหลิว
mwiko mpana

ที่ตีไข่
burashi

ที่กรอง
kichujio

กระชอน
chujio

ที่ขูด
mbuzi

ครก
chokaa

บาร์บีคิว
barbeque

แคมป์ไฟถาวร
moto wazi

เขียง

ubao wa majaribio

ไม้นวดแป้ง

kijiti cha kusukuma unga

สว่านเปิดจุกขวด

kizibuo

กระป๋อง

kopo

ที่เปิดกระป๋อง

inaweza kopo

ถุงมือจับของร้อน

kishikio cha chungu

อ่างล้างจาน

karo

แปรง

brashi

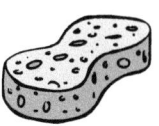

ฟองน้ำ

sifongo

เครื่องปั่น

kisagaji matunda

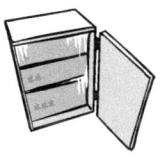

ตู้แช่แข็ง

friji ya kina

ขวดนม

chupa ya mtoto

ก๊อกน้ำ

bomba

ห้องน้ำ

bafu

เครื่องทำความร้อน
joto
ฝักบัว
mfereji wa kuogea
ผ้าเช็ดมือ
taulo
ม่านห้องน้ำ
pazia la kuogea
สบู่ทำฟอง
maji ya kuoga yenye povu
อ่างอาบน้ำ
hodhi
แก้วน้ำ
glasi
เครื่องซักผ้า
mashine ya kuosha
ก๊อกน้ำ
bomba
กระเบื้อง
vigae
โถส้วมสำหรับเด็ก
poti
อ่างล้างจาน
karo

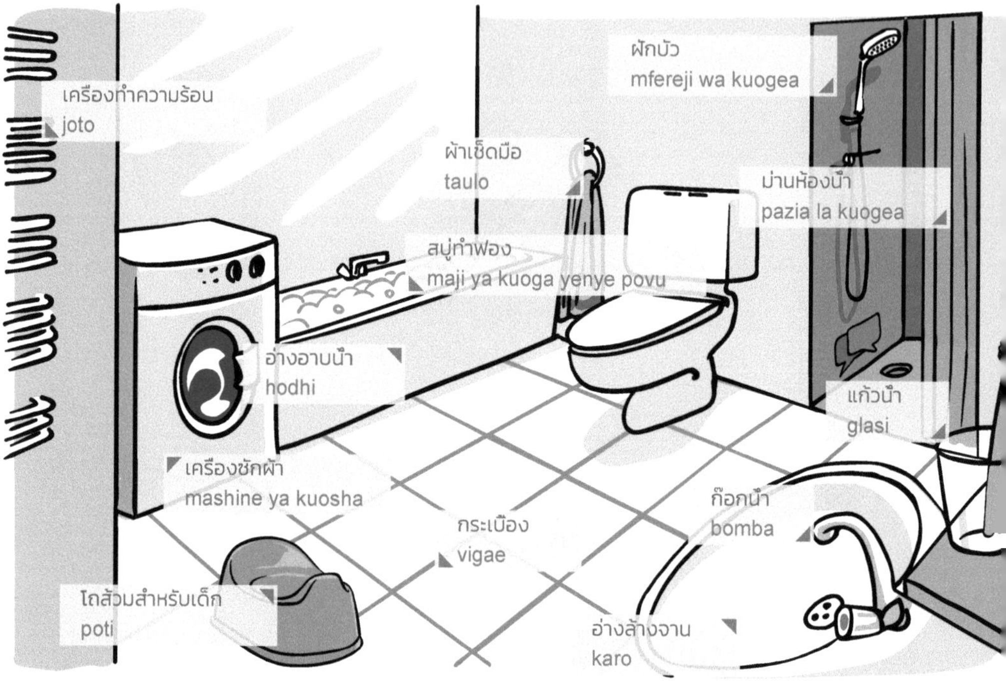

ห้องส้วม
....
choo

ส้วมนั่งยอง
....
choo cha squat

โถปัสสาวะหญิง
....
beseni la mviringo

โถปัสสาวะชาย
....
choo cha umma

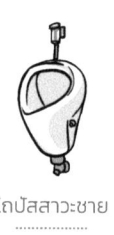

กระดาษชำระสำหรับใช้ในห้องน้ำ
....
shashi

แปรงขัดห้องน้ำ
....
brashi ya choo

แปรงสีฟัน

mswaki

ยาสีฟัน

dawa ya meno

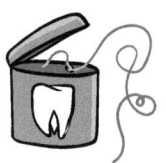

ไหมขัดฟัน

dawa ya meno

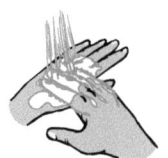

ล้าง

safisha

ฝักบัวมือ

kuoga mkono

สายฉีดชำระ

msukumo wa maji

อ่างล้างหน้า

bonde

แปรงถูหลัง

mpako wa pili

สบู่

sabuni

เจลอาบน้ำ

jeli ya kuogea

แชมพู

shampuu

ผ้าสักหลาด

flana

ท่อระบายน้ำทิ้ง

toa maji

ครีม

krimu

ผลิตภัณฑ์ระงับกลิ่นตัว

kiondoa harufu

กระจก

kioo

กระจกถือ

kioo mkono

ที่โกนหนวด

kinyozi

โฟมโกนหนวด

povu la kunyoa

โลชั่นบำรุงผิวหลังโกนหนวด

baada ya kunyoa

หวี

kichana

แปรง

brashi

ไดร์เป่าผม

kikausha nywele

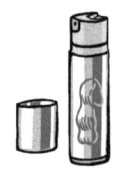

สเปรย์ฉีดผม

marashi ya nyewele

ชุดเครื่องสำอาง

vipodozi

ลิปสติก

kidomwa

น้ำยาทาเล็บ

varnish ya msumari

สำลี

pamba

กรรไกรตัดเล็บ

mkasi wa kucha

น้ำหอม

manukato

กระเป๋าอาบน้ำ

mkoba wa kuosha

เก้าอี้สามขา

kinyesi

เครื่องชั่งน้ำหนัก

mizani

เสื้อคลุมอาบน้ำ

nguo ya kuoga

ถุงมือยาง

glavu za mpira

ผ้าอนามัยแบบสอด

kisodo

ผ้าอนามัย

sodo

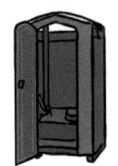

ส้วมเคมี

kemikali choo

ห้องพักสำหรับเด็ก

chumba ya mtoto

นาฬิกาปลุก
saa ya kengele
ของเล่นน่ารักน่ากอด
kidoli cha kupakata
รถยนต์ของเล่น
gari bandia
ของเล่นประเภทเขย่าแล้วมีเสียง
kelele
บ้านตุ๊กตา
chumba cha midoli
ของขวัญ
sasa

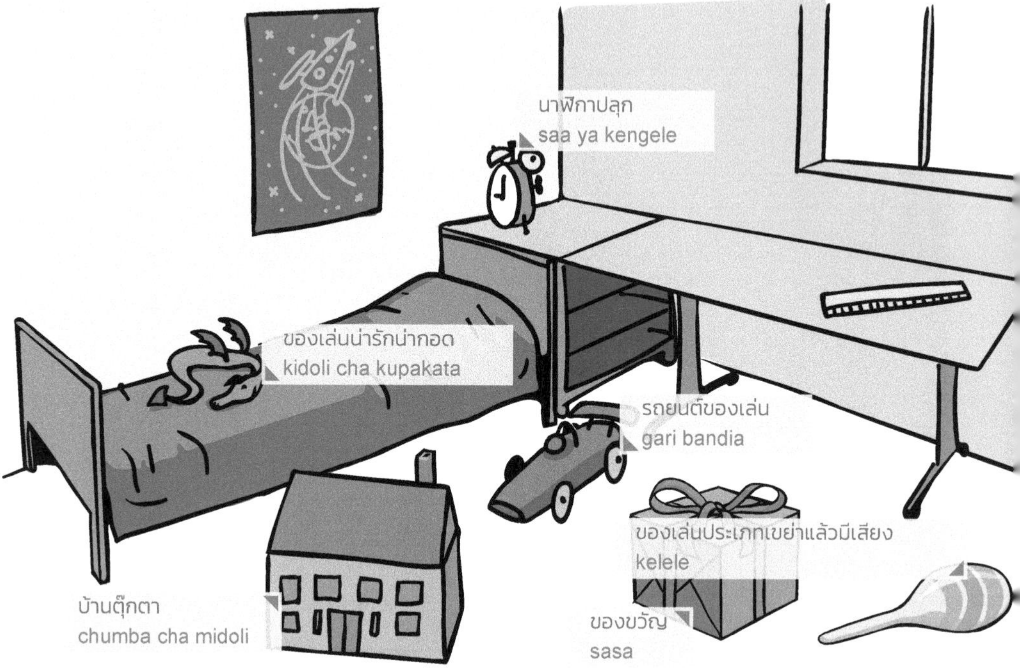

ลูกโป่ง

baluni

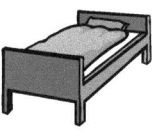

เตียง

kitanda

รถเข็นเด็ก

mashua

สำรับไพ่

staha ya kadi

จิ๊กซอว์

mchezo-fumb

หนังสือการ์ตูน

vichekesho

ตัวต่อเลโก้
matofali lego

บล็อกของเล่น
vitalu mwigo

ฟิกเกอร์แบบขยับท่าทางได้
hatua takwimu

เสื้อผ้าทารก
suti ya kulalia

จานร่อน
kisahani

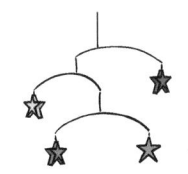

โมบายแขวนหัวเตียงเด็ก
simu

เกมกระดาน
ubao wa michezo

ลูกเต๋า
kete

ชุดรถไฟจำลอง
garimoshi mwigo

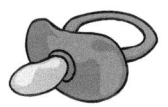

หุ่น
dummy

ปาร์ตี้
chama

หนังสือภาพ
picha kitabu

ลูกบอล
mpira

ตุ๊กตา
kikaragosi

เล่น
kucheza

หลุมทราย

shimo la mchanga

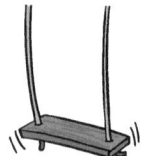

ชิงช้า

bembea

ของเล่น

vitu bandia

เครื่องเล่นวิดีโอเกม

kiweko cha video ya
mchezo

รถจักรยานสามล้อ

baiskeli ya magurudumu

ตุ๊กตาหมี

mwanasesere

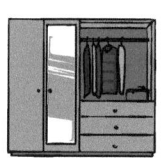

matatu

ตู้เสื้อผ้า

kabati

เสื้อผ้า

nguo

ถุงเท้า

soksi

ถุงน่อง

stokingi

กางเกงรัดรูป

kibano

ผ้าพันคอ
skafu

ร่ม
mwavuli

เสื้อยืดคอกลม
fulana

เข็มขัด
ukanda

ร้องเท้าบูท
viatu

รองเท้าสวมเดินในบ้าน
ndara

รองเท้ากีฬา
wakufunzi

รองเท้าแตะ

malapa

รองเท้า

viatu

ร้องเท้าบูทยาง

mabuti ya mpira

กางเกงชั้นใน

suruali ya ndani

ยกทรง

sidiria

เสื้อกล้าม

fulana

เสื้อรัดรูป

mwili

กางเกงขายาว

suruali

กางเกงยีน

dangirizi

กระโปรง

sketi

เสื้อเชิ้ตสตรี

blauzi

เสื้อเชิ้ต

shati

เสื้อกันหนาว

vuta

เสื้อคลุมมีหมวก

sweta

เสื้อเบลเซอร์

bleza

เสื้อแจ็กเก็ต

jaketi

เสื้อโค้ท

koti

เสื้อกันฝน

koti la mvua

เครื่องแต่งกาย

maleba

ชุดเดรส

gauni

ชุดแต่งงาน

mavazi ya harusi

เสื้อสูท

suti

ชุดราตรี

vazi la usiku

ชุดนอน

pajama

ผ้าส่าหรี

sari

ฮิญาบ

skafu

ผ้าโพกศรีษะ

kilemba

เสื้อบุรเกาะ

burka

เสื้อคลุมคาฟตาน

kaftan

เสื้อคลุมอบายะห์

abaya

ชุดว่ายน้ำ

vazi la kuogelea

กางเกงว่ายน้ำ

vazi la kiume la kuogelea

กางเกงขาสั้น

kaptura

ชุดวอร์ม

teitei

ผ้ากันเปื้อน

aproni

ถุงมือ

glavu

กระดุม

kifungo

แว่นตา

glasi

กำไลข้อมือ

bangili

สร้อยคอ

mkufu

แหวน

pete

ต่างหู

herini

หมวกแก๊ป

kofia

ที่แขวนเสื้อโค้ท

kiango cha koti

หมวกปีกกว้าง

kofia

เนคไท

tai

ซิป

zipu

หมวกกันน็อก

kofia

สายโยงกางเกง

kanda za suruali

ชุดนักเรียน

sare za shule

เครื่องแบบ

sare

ผ้ากันเปื้อนเด็ก

bibu

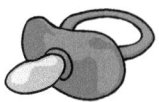

หุ่น

dummy

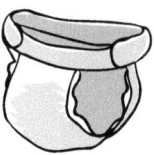

ผ้าอ้อม

nepi

สำนักงาน
ofisi

เซิร์ฟเวอร์
seva
ตู้เก็บเอกสาร
kabati la kuweka faili
ปรินเตอร์/เครื่องพิมพ์
kichapishaji
กระดาษ
karatasi
หน้าจอ
kiwambo
เมาส์
kipanya
โต๊ะทำงาน
dawati
แฟ้ม
folda
แป้นพิมพ์
kibodi
ส่เศษกระดาษทีไม่ใช้แล้ว
cha kuweka karatasi chafu
คอมพิวเตอร์
kompyuta
เก้าอี้
kiti

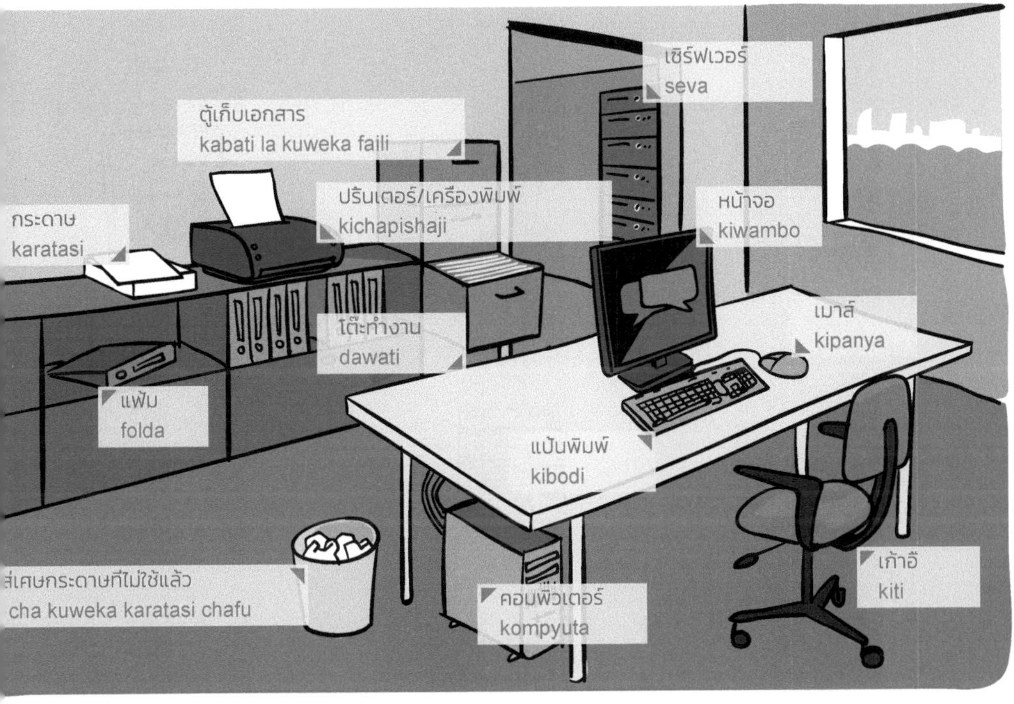

แก้วมัคใส่กาแฟ

kmobe la kahawa

เครื่องคิดเลข

kikokotoo

อินเตอร์เน็ต

biashara

คอมพิวเตอร์แบบพกพา

mbali

จดหมาย

barua

ข้อความ

ujumbe

โทรศัพท์มือถือ

rununu

เครือข่าย

intaneti

เครื่องถ่ายเอกสาร

fotokopia

ซอฟต์แวร์

programu

โทรศัพท์

simu

ปลั๊กตัวเมีย/เต้าเสียบ

soketi

เครื่องแฟกซ์

kipepesi

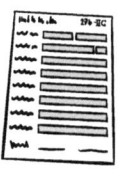

แบบฟอร์ม

fomu

เอกสาร

hati

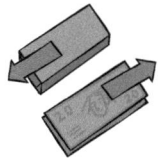

ความประหยัด
uchumi

ซื้อ

kununua

จ่าย

kulipa

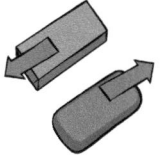

แลกเปลี่ยน

biashara

เงิน

fedha

ดอลลาร์

dola

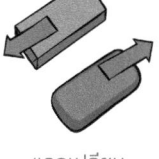

ยูโร

yuro

เยน

yeni

รูเบิล

rouble

ฟรังก์สวิส

faranga ya Uswisi

หยวนเหรินหมินปี้

renminbi yuan

รูปี

rupia

เครื่องสำหรับกดเงินสดจากธนาคาร

eneo la kulipia

สำนักงานแลกเปลี่ยนเงินตรา

ofisi ya ubadilishanaji

ทอง

dhahabu

เงิน

fedha

น้ำมัน

mafuta

พลังงาน

nishati

ราคา

bei

สัญญา

mkataba

ภาษี

kodi

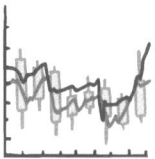

หุ้น

bidhaa

ทำงาน

kazi

ลูกจ้าง

mfanyakazi

นายจ้าง

mwajiri

โรงงาน

kiwanda

ร้านค้า

duka

อาชีพ

kazi

เจ้าหน้าที่ตำรวจ
afisa wa polisi
พนักงานดับเพลิง
mzimamoto
พ่อครัว
mpishi
หมอ
daktari
นักบิน
rubani

ชาวสวน

mtunza bustani

ช่างไม้

seremala

ช่างเย็บผ้าที่เป็นผู้หญิง

mshonaji

ผู้พิพากษา

hakimu

นักเคมี

mwanakemia

นักแสดงชาย

muigizaji

คนขับรถประจำทาง

dereva wa basi

คนขับรถแท็กซี่

dereva wa teksi

ชาวประมง

mvuvi

แม่บ้านทำความสะอาด

mwanamke wa kusafisha

ช่างมุงหลังคา

mwezekaji

บริกรชาย

mhudumu

นายพราน

mwindaji

จิตรกร

mchoraji

คนทำขนมปัง

mwokaji

ช่างไฟฟ้า

umeme

ช่างก่อสร้าง

mjenzi

วิศวกร

mhandisi

คนขายเนื้อ

mchinjaji

ช่างประปา

fundi bomba

บุรุษไปรษณีย์

mwanaposta

ทหาร

mwanajeshi

สถาปนิก

msanifu majengo

พนักงานจ่ายเงิน

keshia

คนขายดอกไม้

muuza maua

ช่างทำผม

msusi

พนักงานตรวจตั๋ว

kondakta

ช่างซ่อมรถยนต์

mekanika

กัปตัน

nahodha

ทันตแพทย์

daktari wa meno

นักวิทยาศาสตร์

mwanasayansi

แรบไบ

rabbi

อิหม่าม

imamu

พระ

mtawa

พระ/นักบวช

kasisi

เครื่องมือ

zana

nyundo
คีม
koleo
bisibisi
ประแจ
spana
ไฟฉาย
kurunzi

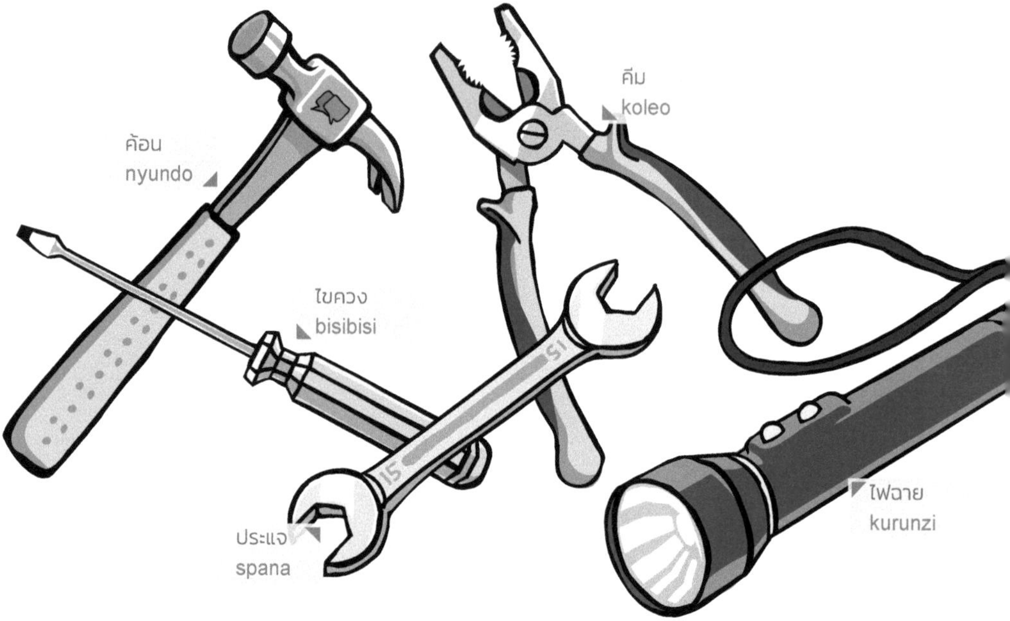

เครื่องขุด

mchimbaji

กล่องเครื่องมือ

sanduku la vifaa

กระได

ngazi

เลื่อย

msumeno

ตะปู

misumari

สว่าน

kuchimba visima

ซ่อมแซม

kukarabati

พลั่ว

sepetu

ตายห่า!

Lo!

ที่โกยขยะ

kishikio cha uchafu

ถังสี

chungu cha rangi

สกรู

skurubu

เครื่องดนตรี

ala za muziki

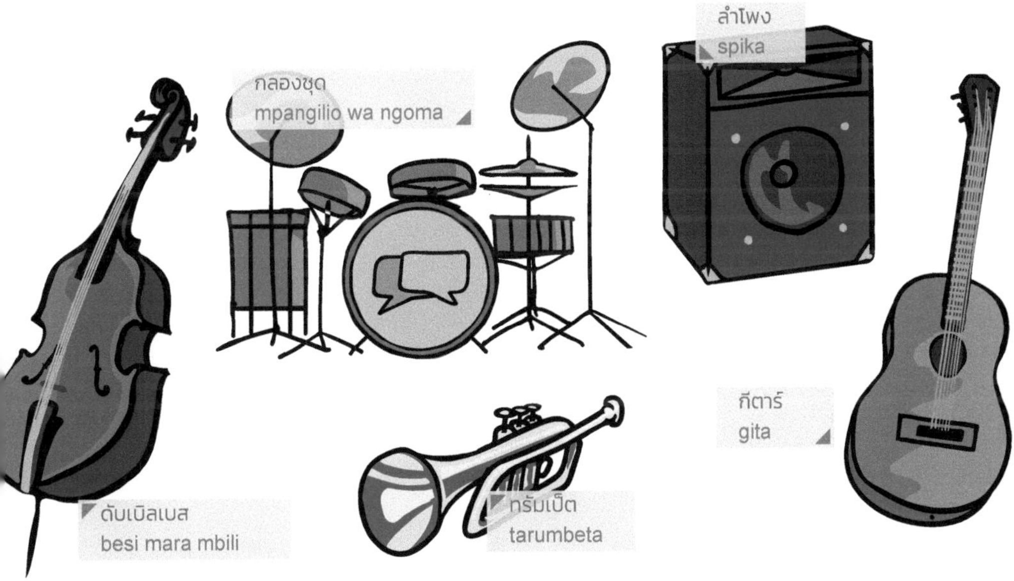

ลำโพง
spika
กลองชุด
mpangilio wa ngoma
กีตาร์
gita
ดับเบิลเบส
besi mara mbili
ทรัมเป็ต
tarumbeta

เปียโน
piano

ไวโอลิน
fidla

เบส
ubeji

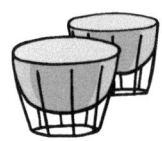

กลองทิมปานี
timpani

กลอง
ngoma

คีย์บอร์ด
kibodi

แซ็กโซโฟน
saksafoni

ฟลูต
filimbi

ไมโครโฟน
maikrofoni

สวนสัตว์

bustani ya wanyama

ทางเข้า
lango la kuingia
เสือ
simbamarara
กรง
ngome
ม้าลาย
pundamilia
อาหารสัตว์
chakula cha mifugo
หมีแพนด้า
panda

สัตว์

wanyama

ช้าง

tembo

จิงโจ้

kangaruu

แรด

kifaru

กอริลล่า

sokwe

หมี

dubu

อูฐ

ngamia

นกกระจอกเทศ

mbuni

สิงโต

simba

ลิง

tumbili

นกฟลามิงโก

heroe

นกแก้ว

kasuku

หมีขั้วโลก

dubu

เพนกวิน

penguini

ฉลาม

papa

นกยูง

tausi

งู

nyoka

จระเข้

mamba

ผู้ดูแลสัตว์

mtunza wanyama

แมวน้ำ

muhuri

เสือจากัวร์

jaguar

ม้าพันธุ์เล็ก

mwanafarasi

เสือดาว

chui

ฮิปโป

kiboko

ยีราฟ

twiga

เหยียว

tai

หมูป่าตัวผู้

nguruwe mwitu

ปลา

samaki

เต่า

kobe

ช้างน้ำ

sili

จิ้งจอก

mbweha

กาเซลล์

paa

อเมริกันฟุตบอล
soka ya marekani

ขี่จักรยาน
uendeshaji baiskeli

เทนนิส
tenisi

บาสเกตบอล
mpira wa kikapu

ว่ายน้ำ
kuogelea

มวย
ndondi

ฮอคกี้น้ำแข็ง
magongo ya barafuni

ฟุตบอล
soka

แบดมินตัน
vinyoya

กรีฑา
riadha

แฮนด์บอล
mpira wa mikono

สกี
skii

กีฬาโปโลน้ำ
polo

กิจกรรม
shughuli

หัวเราะ
cheka
กระโดด
kuruka
กอด
kumbatia
เดิน
kutembea
ร้องเพลง
kuimba
ฝัน
ota ndoto
ภาวนา/สวดมนต์
kuomba
จูบ
busu

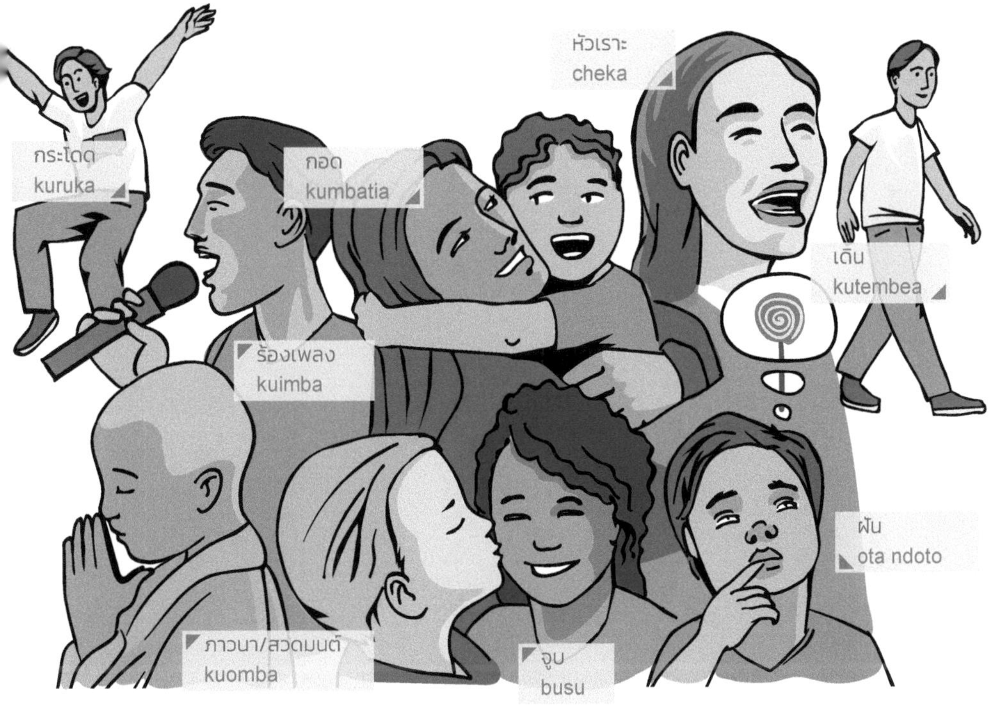

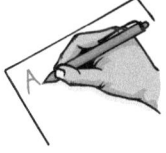

เขียน
kuandika

วาดภาพ
kuteka

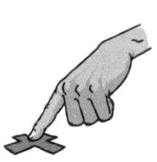

แสดง
angalia

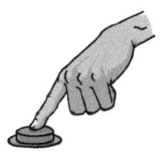

ผลัก
sukuma

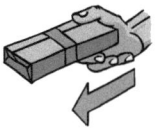

ให้
kutoa

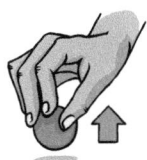

เอาไป
kuchukua

มี

kuwa

ทำ

fanya

เป็น

kuwa

ยืน

kusimama

วิ่ง

kukimbia

ดึง

vuta

โยน

kutupa

ตก/หล่น

kuanguka

นอนเหยียดยาว

hadaa

รอคอย

kusubiri

ถือ

kubeba

นั่ง

kukaa

แต่งตัว

vaa nguo

นอนหลับ

usingizi

ตื่น

kuamka

มองดู
kuangalia

ร้องไห้
lia

ลูบ
kiharusi

หวีผม
chana nywele

พูดคุย
ongea

เข้าใจ
kuelewa

ถาม
kuuliza

ฟัง
kusikiliza

ดื่ม
kunywa

กิน
kula

จัดให้เป็นระเบียบ
nadhifisha

รัก
upendo

ทำอาหาร
mpishi

ขับรถ
gari

บิน
kuruka

ล่องเรือ

meli

คำนวณ

kokotoa

อ่าน

kusoma

เรียนรู้

kujifunza

ทำงาน

kazi

แต่งงาน

kuoa

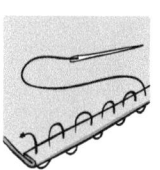

เย็บ

kushona

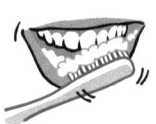

แปรงฟัน

piga mswaki

ฆ่า

kuua

สูบบุหรี่

moshi

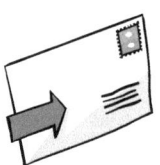

ส่ง

kutuma

ย่า/ยาย
bibi

ปู่/ตา
babu

พ่อ
baba

แม่
mama

ทารก
mtoto

ลูกสาว
binti

ลูกชาย
bin

แขก

mgeni

ป้า

shangazi

ลุง

mjomba

พี่ชาย/น้องชาย

kaka

พี่สาว/น้องสาว

dada

ร่างกาย

mwili

หน้าผาก
paji la uso
ตา
jicho
ไหล่
bega
นิ้วมือ
kidole
ใบหน้า
uso
kidevu
มือ
mkono
ขา
mguu
หน้าอก
matiti
แขน
mkono

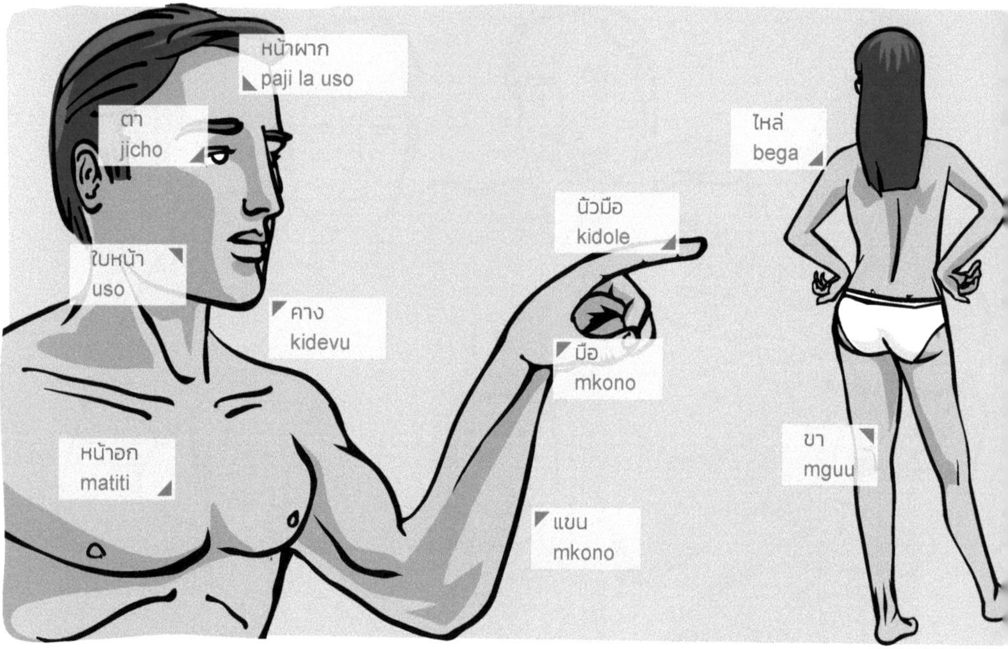

ทารก

mtoto

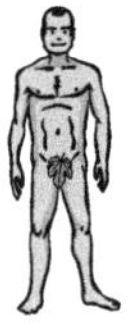

ผู้ชาย

mwanamume

ผู้หญิง

mwanamke

เด็กผู้หญิง

msichana

เด็กผู้ชาย

mvulana

ศีรษะ

kichwa

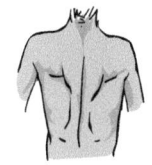

หลัง

nyuma

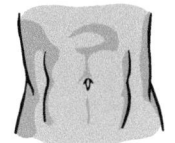

ท้อง

tumbo

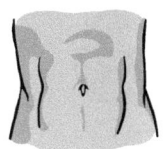

สะดือ

kitovu

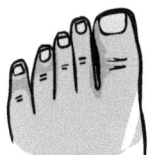

นิ้วเท้า

chano

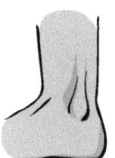

ส้นเท้า

kisigino

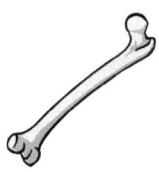

กระดูก

mfupa

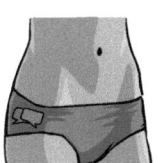

สะโพก

nyonga

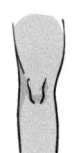

หัวเข่า

goti

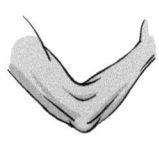

ข้อศอก

kiwiko

จมูก

pua

ก้น

chini

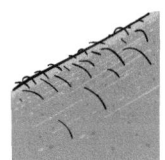

ผิวหนัง

ngozi

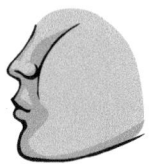

แก้ม

shavu

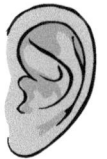

หู

sikio

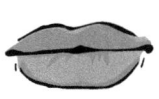

ริมฝีปาก

mdomo

ปาก

kinywa

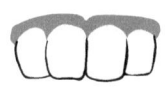

ฟัน

jino

ลิ้น

ulimi

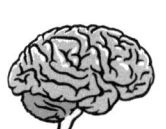

สมอง

ubongo

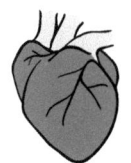

หัวใจ

moyo

กล้ามเนื้อ

misuli

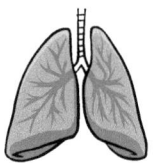

ปอด

pafu

ตับ

ini

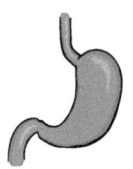

กระเพาะ

tumbo

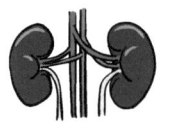

ไต

figo

เพศสัมพันธ์

jinsia

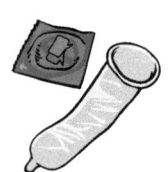

ถุงยาง

kondomu

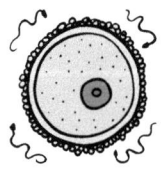

เซลล์ไข่

ovari

น้ำอสุจิ

shahawa

การตั้งครรภ์

mimba

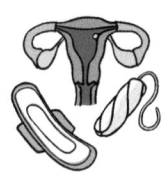

ประจำเดือน
hedhi

ช่องคลอด
uke

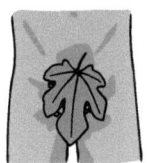

องคชาต
uume

คิ้ว
unyusi

เส้นผม
nywele

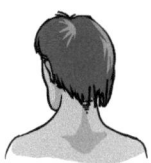

คอ
shingo

โรงพยาบาล

hospitali

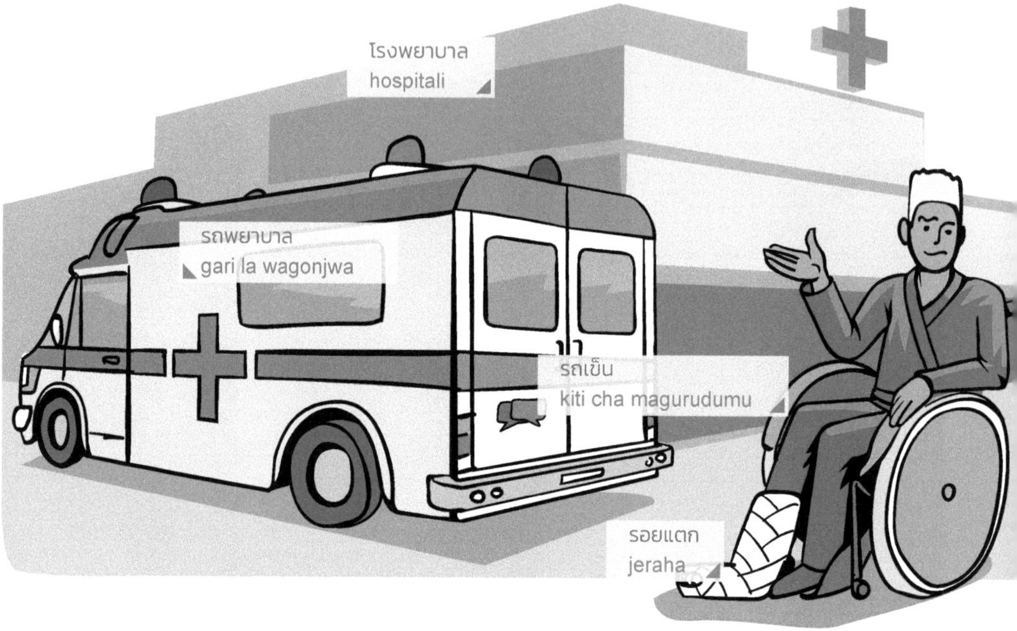

โรงพยาบาล
hospitali
รถพยาบาล
gari la wagonjwa
รถเข็น
kiti cha magurudumu
รอยแตก
jeraha

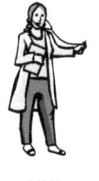

หมอ

daktari

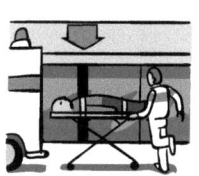

ห้องฉุกเฉิน

chumba cha dharura

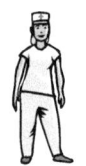

พยาบาล

muuguzi

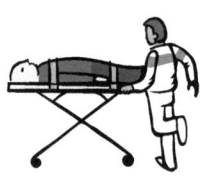

ฉุกเฉิน

dharura

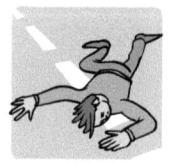

หมดสติ

kupoteza fahamu

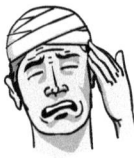

อาการเจ็บปวด

maumivu

การบาดเจ็บ

kuumia

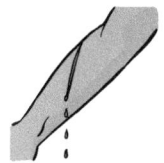

เลือดไหล

kutokwa na damu

หัวใจวาย

mshtuko wa moyo

โรคหลอดเลือดในสมอง

kiharusi

โรคภูมิแพ้

mzio

ไอ

kikohozi

ไข้

homa

ไข้หวัด

mafua

ท้องเสีย

kuharisha

การปวดหัว

maumivu ya kichwa

มะเร็ง

kansa

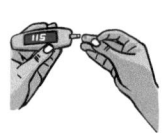

โรคเบาหวาน

ugonjwa wa kisukari

ศัลยแพทย์

daktari mpasuaji

มีดผ่าตัด

kisu kidogo cha kupasulia

การผ่าตัด

operesheni

เครื่องเอกซเรย์คอมพิวเตอร์ความเร็วสูง

picha changanufu ya mwili

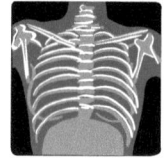

เอกซเรย์

Eksrei

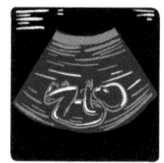

อัลตราซาวด์

mawimbi sauti

หน้ากากอนามัย

barakoa ya uso

โรค

ugonjwa

ห้องรอตรวจ

chumba cha kusubiri

ไม้เท้า

mkongojo

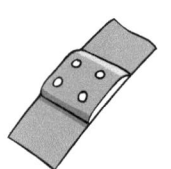

ปลาสเตอร์ยา

plasta

ผ้าพันแผล

bendeji

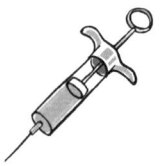

ฉีดยา

sindano

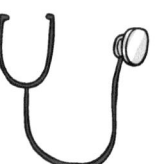

เครื่องฟังตรวจ

stetoskopu

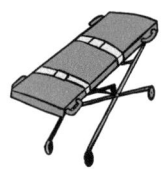

เปลหาม

machela

ปรอทวัดไข้

kipimajoto cha kliniki

การเกิด

kuzaliwa

น้ำหนักเกิน

unene kupita kiasi

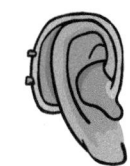

เครื่องช่วยฟัง

kusikia misaada

สารฆ่าเชื้อ

kipukusi

การติดเชื้อ

maambukizi

ไวรัส

virusi

เอชไอวี/เอดส์

VVU / UKIMWI

ยา

dawa

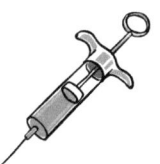

การฉีดวัคซีน

chanjo

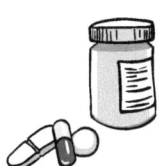

ยาเม็ด

vidonge

ยาเม็ดกลม

kidonge

โทรออกฉุกเฉิน

simu ya dharura

เครื่องวัดความดันโลหิต

haemodainamometa

ป่วย/ สุขภาพดี

mgonjwa / mwenye afya

ฉุกเฉิน
dharura

ช่วยด้วย!

Msaada!

สัญญาณเตือนภัย

kengele

การทำร้าย

pigo

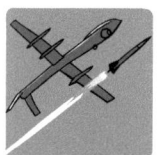

การโจมตี

shambulizi

อันตราย

hatari

ทางออกฉุกเฉิน

lango la dharura

ไฟไหม้!

Moto!

ถังดับเพลิง

kizima moto

อุบัติเหตุ

ajali

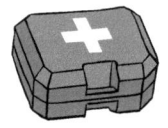

ชุดปฐมพยาบาลเบื้องต้น

vifaa vya huduma ya kwanza

สัญญาณขอความช่วยเหลือ

wito wa msaada

ตำรวจ

polisi

ยุโรป

Ulaya

อเมริกาเหนือ

Amerika ya Kaskazini

อเมริกาใต้

Amerika ya Kusini

แอฟริกา

Afrika

เอเชีย

Asia

ออสเตรเลีย

Australia

แอตแลนติก

Atlantiki

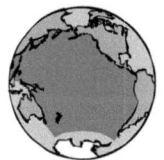

แปซิฟิก

Pasifiki

มหาสมุทรอินเดีย

Bahari ya Hindi

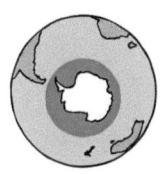

มหาสมุทรแอนตาร์กติก

Bahari ya Antaktiki

มหาสมุทรอาร์กติก

Bahari ya Aktiki

ขั้วโลกเหนือ

Ncha ya Kaskazini

ขั้วโลกใต้

Ncha ya Kusini

แอนตาร์กติกา

Antaktika

โลก

dunia

พื้นดิน

nchi

ทะเล

bahari

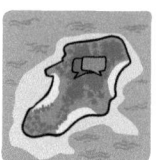

เกาะ

kisiwa

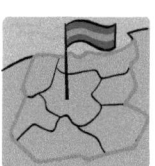

ชาติ/ประชาชาติ

taifa

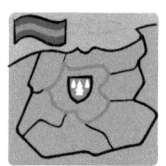

รัฐ

jimbo

นาฬิกา
saa

หน้าปัดนาฬิกา

uso wa saa

เข็มชั่วโมง

akrabu ya saa

เข็มนาที

akrabu ya dakika

เข็มวินาที

akrabu ya sekunde

กี่โมงแล้ว?

Ni saa ngapi?

วัน

siku

เวลา

wakati

ตอนนี้

sasa

นาฬิกาดิจิตอล

saa ya dijitali

นาที

dakika

ชั่วโมง

saa

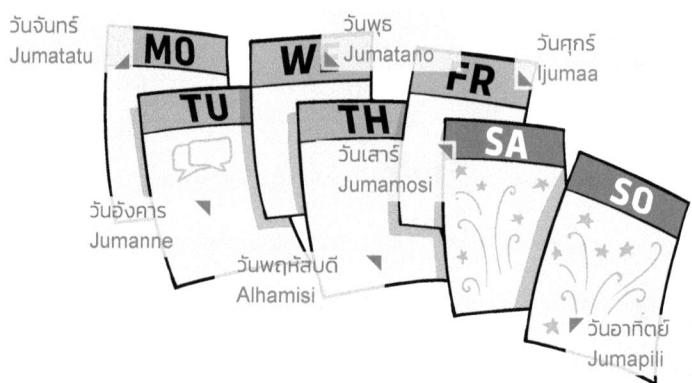

สัปดาห์

wiki

วันจันทร์
Jumatatu
MO
TU
วันอังคาร
Jumanne
วันพุธ
Jumatano
วันพฤหัสบดี
Alhamisi
วันศุกร์
Ijumaa
วันเสาร์
Jumamosi
วันอาทิตย์
Jumapili

เมื่อวาน

jana

วันนี้

leo

พรุ่งนี้

kesho

ตอนเช้า

asubuhi

ตอนเที่ยง

saa sita mchana

ตอนเย็น

jioni

วันทำการ

siku za biashara

วันสุดสัปดาห์

mwishoni mwa wiki

ฝนตก
mvua

รุ้งกินน้ำ
upinde wa mvua

ลม
upepo

หิมะ
theluji

ฤดูใบไม้ผลิ
majira ya machipuko

ฤดูใบไม้ร่วง
vuli

ฤดูร้อน
kiangazi

ฤดูหนาว
majira ya baridi

4.APRIL	11°	☀
5.APRIL	4°	☁
6.APRIL	13°	☁
7.APRIL	8°	❄
8.APRIL	10°	☀

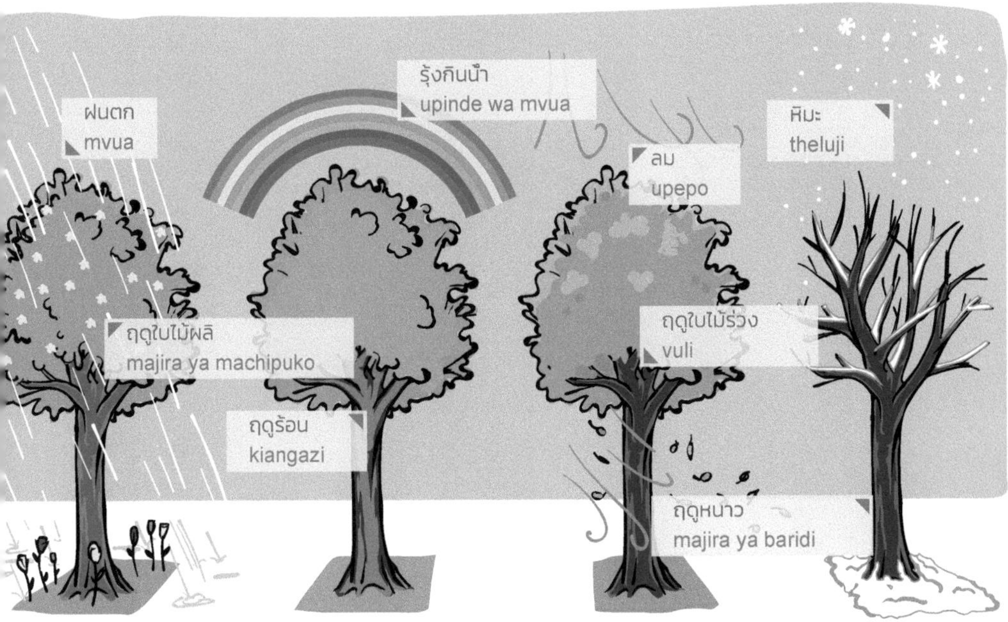

การพยากรณ์อากาศ
utabiri wa hali ya hewa

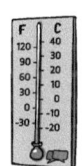

เครื่องวัดอุณหภูมิ
kipimajoto

แสงแดด
mwanga wa jua

ก้อนเมฆ
wingu

หมอก
ukungu

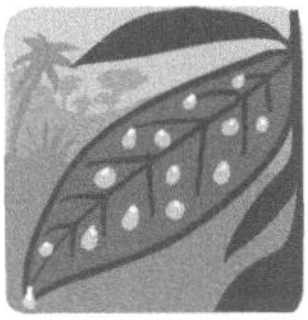

ความชื้น
unyevu

ฟ้าแลบ/ฟ้าผ่า

umeme

ฟ้าร้อง

radi

พายุ

dhoruba

ลูกเห็บ

mvua ya mawe

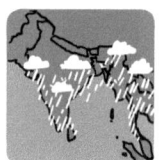

ลมมรสุม

monsuni

น้ำท่วม

mafuriko

น้ำแข็ง

barafu

มกราคม

Januari

กุมภาพันธ์

Februari

มีนาคม

Machi

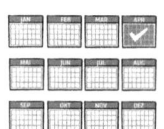

เมษายน

Aprili

พฤษภาคม

Mei

มิถุนายน

Juni

กรกฎาคม

Julai

สิงหาคม

Agosti

ปี - mwaka

กันยายน

Septemba

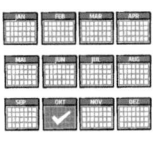

ตุลาคม

Oktoba

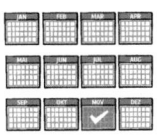

พฤศจิกายน

Novemba

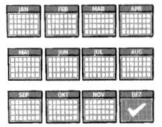

ธันวาคม

Desemba

รูปร่าง

maumbo

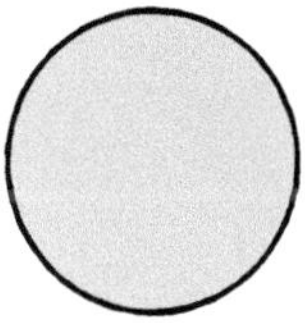

วงกลม

mduara

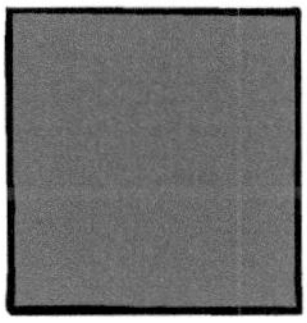

สี่เหลี่ยม

mraba

สี่เหลี่ยมผืนผ้า

mstatili

สามเหลี่ยม

pembetatu

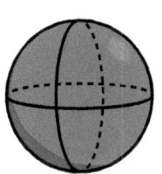

ทรงกลม

nyanja

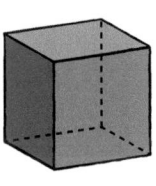

ลูกบาศก์

mchemraba

สี

rangi

ขาว

nyeupe

เหลือง

manjano

ส้ม

chungwa

ชมพู

rangi ya waridi

แดง

nyekundu

ม่วง

hudhurungi

ฟ้า

bluu

เขียว

kijani

น้ำตาล

hanja

เทา

jivujivu

ดำ

nyeusi

มาก/ น้อย

mengi / kidogo

ฉุนเฉียว/ สงบ

hasira / pole

สวยงาม/ น่าเกลียด

nzuri / mbaya

เริ่มต้น/ จบ

mwanzo / mwisho

ใหญ่/ เล็ก

kubwa / ndogo

สว่าง/ มืด

angavu / giza

งชาย,พี่ชาย/ น้องสาว,พี่สาว

kaka / dada

สะอาด/ สกปรก

safi / chafu

สมบูรณ์/ ไม่สมบูรณ์

kamilika / tokamilika

กลางวัน/ กลางคืน

siku / usiku

ตาย/ มีชีวิต

wafu / hai

กว้าง/ แคบ

pana / nyembamba

กินได้/ กินไม่ได้

kulika / kutolika

ชั่วร้าย/ ใจดี

ovu / ema

น่าตื่นเต้น/ น่าเบื่อ

sisimkwa / udhika

อ้วน/ ผอม

nene / nyembamba

อย่างแรก/ สุดท้าย

kwanza / mwisho

เพื่อน/ ศัตรู

rafiki / adui

เต็ม/ ว่างเปล่า

jaa / tupu

แข็ง/ นุ่ม

ngumu / laini

หนัก/ เบา

nzito / nyepesi

หิว/ กระหายน้ำ

njaa / kiu

ป่วย/ สุขภาพดี

mgonjwa / mwenye afya

ผิดกฎหมาย/ ถูกกฎหมาย

haramu / kisheria

ฉลาด/ โง่

akili / kijinga

ซ้าย/ ขวา

kushoto / kulia

ใกล้/ ไกล

karibu / mbali

ใหม่/ ใช้แล้ว

mpya / kutumika

ไม่มี/ บางสิ่งบางอย่าง

kitu / jambo

แก่/ หนุ่ม

zee / changa

เปิด/ปิด

waka / zima

เปิด/ ปิด

wazi / fungwa

เงียบ/ ดัง

utulivu / kelele

รวย/ จน

tajiri / masikini

ถูก/ ผิด

sahihi / kosa

ขรุขระ/ เรียบ

mbaya / laini

เศร้า/ ดีใจ

huzunika / furahia

สั้น/ ยาว

fupi /ndefu

ช้า/ เร็ว

polepole / haraka

เปียก/ แห้ง

nyevu / kavu

อบอุ่น/ หนาวเย็น

joto / baridi

สงคราม/ สันติภาพ

vita / amani

เลข/จำนวน
nambari

0	1	2
ศูนย์	หนึ่ง	สอง
sufuri	moja	mbili
3	4	5
สาม	สี่	ห้า
tatu	nne	tano
6	7	8
หก	เจ็ด	แปด
sita	saba	nane
9	10	11
เก้า	สิบ	สิบเอ็ด
tisa	kumi	kumi na moja

12

สิบสอง

kumi na mbili

13

สิบสาม

kumi na tatu

14

สิบสี่

kumi na nne

15

สิบห้า

kumi na tano

16

สิบหก

kumi na sita

17

สิบเจ็ด

kumi na saba

18

สิบแปด

kumi na nane

19

สิบเก้า

kumi na tisa

20

ยี่สิบ

ishirini

100

หนึ่งร้อย

mia

1.000

หนึ่งพัน

elfu

1.000.000

หนึ่งล้าน

milioni

ภาษา
lugha

ภาษาอังกฤษ

Kiingereza

ภาษาอังกฤษแบบอเมริกัน

Kiingereza cha Marekani

ภาษาจีนแมนดาริน

Kimandarini cha Uchina

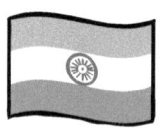

ภาษาฮินดี

Kihindi

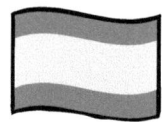

ภาษาสเปน

Kihispania

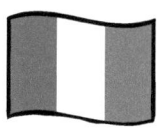

ภาษาฝรั่งเศส

Kifaransa

ภาษาอาหรับ

Kiarabu

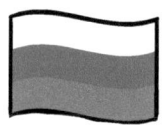

ภาษารัสเซีย

Kirusi

ภาษาโปรตุเกส

Kireno

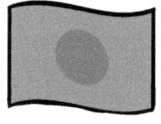

ภาษาเบงกอล

Kibengali

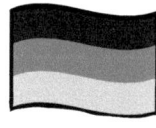

ภาษาเยอรมัน

Kijerumani

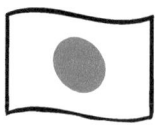

ภาษาญี่ปุ่น

Kijapani

ฉัน

mimi

เธอ

wewe

เขา / หล่อน / มัน

yeye / yeye / ni

พวกเรา

sisi

พวกคุณ

wewe

พวกเขา

wao

ใคร?

nani?

อะไร?

nini?

อย่างไร?

jinsi gani?

ทีไหน?

wapi?

เมือไหร่?

lini?

ชือ

jina

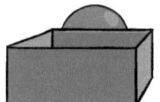

ทีไหน

wapi

ข้างหลัง

nyuma

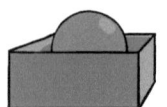

ใน

katika

ข้างหน้า

mbele ya

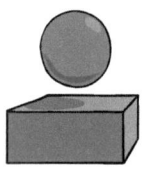

เหนือ

juu ya

บน

kwenye

ใต้

chini ya

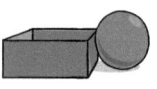

ด้านข้าง

kando

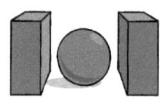

ระหว่าง

kati

ตำแหน่ง

mahali